தெறுகலம்

தாமரைபாரதி

டிஸ்கவரி பப்ளிகேஷன்ஸ்

எண்: 9, பிளாட் எண்: 1080A, ரோஹிணி பிளாட்ஸ்
முனுசாமி சாலை, கே.கே.நகர் மேற்கு,
சென்னை - 600 078. பேச: 99404 46650

வெளியீட்டு எண்: 0387

தெறுகலம் (கவிதை),
ஆசிரியர்: **தாமரைபாரதி**©

Therukalam (Poem)
Author: Thamaraibharadhi©

Print in India
1st Edition: Jan- 2024
ISBN: 978-81-19541-36-2
Pages - 72
Rs - 100

Publisher • Sales Rights

Discovery Publications
No: 9, Plot:1080A, Rohini Flats,
Munusamy Salai,
K.K.Nagar West,
Chennai - 78.
Tamilnadu, India.
Mobile: +91 99404 46650

Discovery Book Palace (P) Ltd
No:1055-B, Munusamy Salai,
K.K.Nagar West,
Chennai - 600 078.
Tamilnadu, India.
Ph: (044) 4855 7525
Mobile: +91 87545 07070

discoverybookpalace@gmail.com
WWW.DISCOVERYBOOKPALACE.COM

இந்த நூலில் பிரசுரமாகியுள்ள எந்த ஒரு பகுதியையும் பதிப்பாளரின் எழுத்துபூர்வமான முன்அனுமதி பெறாமல் எடுத்தாள்வதோ, மறுபிரசுரம் செய்வதோ, மொழியாக்கம் செய்வதோ, அச்சு மற்றும் மின்னணு ஊடகங்களில் மறுபதிப்பு செய்வதோ, காப்புரிமைச் சட்டப்படி தடை செய்யப்பட்டுள்ளது. இந்த நூலிலிருந்து குறிப்பிட்ட பகுதிகளை மேற்கோள் காட்டி புத்தக விமர்சனம் செய்ய, ஊடகங்களுக்கு மட்டும் அனுமதி உண்டு.

உங்கள் மொபைல் போனிலிருந்து ஸ்கேன் செய்து டிஸ்கவரி புக் பேலஸின் மொபைல் ஆப்பை டவுன்லோடு செய்து, புத்தகங்களை வாங்குங்கள்.

நெருநல் உளனொருவன் இன்றில்லை என்னும்
பெருமை உடைத்துஇவ் வுலகு.

- திருக்குறள் - 336

மண்ணாசை, பொன்னாசை, பெண்ணாசை மற்றும்
ஆணாசை கொண்டோர்க்கு...

நூன்முகம்

இன்பங்களில் இருந்து விடுதலை பெறுதல்.

இவ்வுலகில் உள்ள எல்லா ஜீவராசிகளுக்கும் வாழ உரிமை உள்ளது போலவே சாகவும் உரிமை உள்ளது கேவலமான மனித பிறவியில் பெரும்பாலும் இழி செயல்கள் செய்தே இறந்து போகிறான் மனிதன். மனிதனைப் பற்றி பேசிய தத்துவ சிந்தனைகள் உலகில் ஏராளம்.மேற்குலகின் தத்துவவாதிகளை கீழைத்தேய தத்துவ மரபுகள் திரும்பிப் பார்க்க வைக்கின்றன.அவற்றுள் தமிழ் சித்தர் மரபு பேசியவை அதிர்ச்சியூட்டக்கூடியவை, கலகத்தை ஏற்படுத்துபவை 'பிறந்தன இறக்கும்' என்பார் பட்டினத்தார். எப்போதேனும் நாம் இறந்துவிடுவோம் என்ற பேருண்மை நம் முன்னே இருப்பினும் நாம் நிதமும் சிரித்துக் கொண்டேதான் காலத்தைக் கடத்துகிறோம். விழைவின் பால் எழும் செயல்களே வீழ்ச்சிக்குக் காரணம் என்பார் புத்தர்.

நவீன கவிஞனாக அறியப்பட்ட எனக்குள் ஏதோ ஒரு தருணத்தில் திடீரென எழுந்த சில வரிகளை அப்படியே எழுதியபோது அதில் இருந்த சந்தமும் இசையும், நம்மாலும் மரபுக் கவிதை எழுத முடியும் என்ற நம்பிக்கையை அளித்தது. தொடர்ந்து எழுத மரபின் யாப்பு இலக்கணம் கிட்டத்தட்ட கலி விருத்தத்தை நெருங்கியது.கம்பன் கலி விருத்தப்பாவின் கொம்பன். பக்திப்பாடல்களிலும் சம்பந்தர் கலி விருத்தத்தில் பாடியுள்ளார். அதன் பிறகு பிற்காலத்தில் சித்தர்கள் சிலர் முயன்றுள்ளனர். சித்தர் பாடல்களைத் தொன்னூறுகளில் வாசித்த போது இருந்த வசீகரமும் மலைப்பும் இன்னமும் அப்படியே இருக்கிறது. தற்காலத்தில் கார்த்திகைச் சித்தராக நான் முயன்றுள்ளேன். துன்பத்திலிருந்து விடுதலை அடைதலை விட

உண்மையான விடுதலை இன்பங்களிலிருந்து விடுபடுதலே என்பதை வலியுறுத்தும் ஒருவித மன விடுதலையைத் தருபவையாக இந்தப் பாடல்கள் அமைந்துள்ளன.

பித்து மன நிலையில் விரக்தியும் கோபமும் கலந்த சூழலில் இனி ஒன்றும் இல்லை. இனி ஒன்றும் நேரப்போவதுமில்லை, இறுதியில் எஞ்சப் போவது சூன்யமே என்ற சித்தர்கள் வழி நின்று, நிலையில்லா வாழ்க்கையைக் குறித்தும் யாக்கை நிலையாமை குறித்தும் எழுதிய பாடல்கள் இவை. தொல்காப்பியம் 'கழிந்தோர் ஒழிந்தோர்க்குக் காட்டிய முறைமை'என இத்துறை பற்றி பேசுகிறது. தமிழின் அற நூல்கள் நிலையாமை பற்றி பேசுகின்றன.சங்கம் மருவிய கால நூலான முதுமொழிக்காஞ்சி நிலையாமை பற்றி பாடுகிறது...

"மரபு நல்லா வருதுன்னா எழுதுங்க பாரதி" என்று அசதா, கண்டராதித்தன் சொன்னது ஊக்கம். மரபை விட்டுடாதீங்க என்ற நண்பர்கள் ராஜன் ஆத்தியப்பன், ஈஸ்டர் ராஜ் ஆகியோருக்கு எனது நன்றி. அனைத்துப் பாடல்களையும் யாப்பிலக்கண முறைப்படி ஆராய்ந்து கலி விருத்தத்திற்கான சிறப்பு எதுகை சொற்கள் தவறிய இடங்களைக் கண்டுபிடித்து அவற்றைத் திருத்தி அமைக்க உதவிய கவிஞர் பிரியா பாஸ்கரன் அவர்களுக்குப் பிரத்யேக நன்றி.

இத்தொகுப்புக்குச் சிறந்ததொரு சிறப்புப்பாயிரம் நல்கிய எழுத்தாளர் கரிகாலன் அவர்களுக்கு எப்போதைக்குமான அன்பும் நன்றியும்.

இப்பாடல்களை நல்லதொரு வடிவில் நூலாக வெளியிடும் நண்பர் டிஸ்கவரி வேடியப்பன், மெய்ப்புத் திருத்தி உதவிய நண்பர் பொன்ஸீ ஆகியோருக்கு மனமார்ந்த நன்றி. குறிப்பாக எனது ஓவியத்தை சிறப்பான பின்புலத்தைக் கொண்டு அட்டைவடிவமைப்பு *(Wrapper Design)* செய்த நண்பர் பாலாஜி அவர்களுக்கு நெஞ்சார்ந்த நன்றி.

தாமரைபாரதி

08.08.2024

சிறப்புப் பாயிரம்

ஆன்ம விடுதலையின் இரக்கமற்ற மொழி.

நூறு வயதைக் கடந்து வாழும் விருப்பம் மனித குலம் முழுமைக்கும் இருக்கிறது. இந்த எண்ணம் பாரதிக்கும் இருந்தது.

'பார் மீது நான் சாகாதிருப்பேன் காண்பீர்' என்றான் பாரதி. ஆனால் மிக இளம் வயதிலேயே இறந்துபோனான். இறந்து போதல் என்பது வேறு ஒன்றுமில்லை. 'நான் இல்லாத என் வாழ்வின் தொடர்ச்சியே மரணம்' என்கிறார் ழீன் பால் சார்த்தர். பாரதி இல்லாத பாரதியின் வாழ்வு இம்மண்ணில் நிலைத்திருக்கவே செய்கிறது.

தாமரைபாரதியின் தெறுகலம் தொகுப்பை வாசிக்கிறபோது, 'எனக்கு முன்னே சித்தர் பலர் இருந்தாரப்பா யானும் வந்தேன் ஒரு சித்தன் இந்த நாட்டில்' என்ற பாரதியின் வாழ்வைத்தான் இவர் வாழ்கிறாரோ? எனும் சந்தேகம் எழுகிறது.

நவீன தமிழ்க்கவிதைச் சூழலில் தெறுகலம் முற்றிலும் புதிய இடத்திலிருந்து தொடங்குகுவதை அவதானிக்க முடிகிறது. இத்தொகுப்பின் கவிதைகள் கலிவிருத்தப்பாவில் எழுதப்பட்டுள்ளன. காப்பியம் எழுதும் பெரும்பாலோரின் விழைவு கலிவிருத்தமாக இருந்திருக்கிறது.

கம்பர், திருத்தக்கதேவர், சேக்கிழார் போன்றோர் மிகுதியாக எழுதிய 'பா' வகையிது. துள்ளலோசையில் தமிழின் அழகெடுத்து வரும் 'பா'வினம்.

முற்றிலுமாக கவிதை சனநாயகம் அடைந்திருக்கும் சூழலில், நவீன தமிழ்க் கவிதைத் தளத்தில் கட்டற்ற கவிதைகள் (free verses) இயங்கி வருகின்றன.

இந்நிலையில் தெறுகலம் தொகுப்பின் அவசியம் என்ன? எனும் கேள்வி எழலாம்.

ஒரு கவிதைப்பிரதி உருவாகும்போது அது நிகழும் வரலாற்றுக் கணங்களிலிருந்தே தன்னை உருவாக்கிக் கொள்கிறது. அந்த அடிப்படையில் பார்த்தால், மற்றமைகளை அழிக்கத் துடிக்கும் ஒரு துருவப் பண்பாட்டுருவாக்க நுண் அரசியலுக்கான எதிர்வினையாக, தாமரை பாரதியின் இக்கவிதைகளைப் புரிந்து கொள்ளலாம். இத்தொகுப்பை இன்னும் விளங்கிக் கொள்வதற்கான சூட்சுமங்களை இப்பிரதி தன்னுள்ளேயே (in the text itself) வைத்திருக்கிறது. தாமரைபாரதி self deconstruction verses - ஐ எழுதியிருக்கிறார்.

இப்பாடல்கள் சில இடங்களில் ஜப்பானின் இகிகய்யை (Ikkigai) ஞாபகப் படுத்துவதாகவும் இருக்கின்றன. இகிகய் போலவே உணவுமுறை, உடற்பயிற்சி, வாழ்வின் லட்சியம், பிறரோடு பழகும் முறை, இயற்கையோடு இயைதல், மனதை எளிமையாய் வைத்துக் கொள்ளுதல் இத்தகைய நடைமுறைப் பழக்கங்களை எளிதாக்குகிறது தெறுகலம் தொகுப்பின் கவிதைகள்.

அதிகநாள் வாழ்வதென்பது, மரணத்தைக் கண்டு பயம் கொள்வதாக அமையலாகாது. நாம் அனைவரும் இறக்கப் போகிறோம். சிலர் இறப்பதற்கு பயப்படுகிறார்கள். அதிகாரம் மரணத்தைக் காட்டிதான் அச்சத்தைத் திணிக்கிறது. மனிதர்கள்

சாவதற்கு ஒருபோதும் பயப்பட வேண்டியதில்லை. ஏனென்றால் நாம் இறப்பதற்காகப் பிறந்தவர்கள். எப்படி வாழ பயம் இல்லையோ, அப்படி சாகவும் பயப்படத் தேவையில்லை. அச்சத்திலிருந்து விடுதலை பெறுவதுதான் அகவிடுதலை. ஆன்ம விடுதலை. அதற்கு சாவு பயத்தைப் போக்க வேண்டியிருக்கிறது. தாமரைபாரதி கார்த்திகைச்சித்தராக அந்த அச்சத்தை விலக்குகிறார்.

'உடைத்த பானை ஓடே உடலம் என்பனே'
'பண்ணற் றழியும் பாழுடம்பைப் பற்றிலேனே'
'தேயும் என்பும் திரள்சதையமுகலும் ஒருநாள்'
'சாக்குழிச் செல்லும் யமனென்ற றிந்திலனே'

எனத் தெறுகலம் தொகுப்பு, மரணம் இயல்பு என்பதை மனிதர்களுக்குப் பழக்குகிறது.

இதன்வழியாகச் சாவு குறித்த மனித அச்சத்தை அடித்து நொறுக்குகிறது. மனிதர்களை விடுதலையின் பாதையில் கைபிடித்து அழைத்துச் செல்கிறது.

The happiest people are not the ones who achieve the most. They are the ones who spend more time than others in a state of flow!' என்கிறது ஜப்பானிய *ikigai*. சிறப்பானது என்பது ஒரு செயல் அல்ல, அது ஒரு பழக்கம், என்பார் அரிஸ்டாட்டில். 'a state of flow' நிலையில் நம்மை வைத்திருக்க இக்கவிதைகள் உதவி செய்கின்றன.

'பேச்சடக்கிப் பித்தம் தெளிய மறுப்பீர்
மூச்சடக்கி முற்றும் காண மறுப்பீர்'

இத்தகு ஞானங்கள் தொகுப்பெங்கும் விரவிக்கிடக்கின்றன. அதிக ஆன்மா. குறைவான சலசலப்பு. அதிக எளிமை. குறைவான குழப்பம். அதிக அமைதி. குறைந்த நுகர்வு.அதிக

தெளிவு. குறைவான தீர்ப்பு. அதிக இதயம். குறைந்த மூளை. அதிக மன்னிப்பு. குறைந்த எதிர்ப்பு.

அதிகநெகிழ்ச்சி. குறைவான துணிச்சல். அதிக உண்மை. குறைவான கட்டுப்பாடு.

ஜப்பானிய 'வாபி சபி' யைப்போல நிரம்பித் தளும்புகிறது தெறுகலம்.

இன்னொரு பக்கம் தெறுகலத்தில் தாவோயிசத்தின் நறுமணமும் கலந்து வீசுகிறது. 'எது இல்லையோ அதை உபயோகி. எது இருக்கிறதோ, அதன் நன்மைகளைப் பெற்றுக்கொள்.'

என்கிறது தாவோ. வீட்டில் கதவும் சுவரும் இருக்கிறது. ஆனால் நாம் உபயோகிப்பதோ வீட்டின் வெற்றிடத்தை. களிமண்ணால் பானை வனைகிறோம். உபயோகிப்பதோ அதன் வெற்றிடத்தை. அவ்வகையில் தன் அகத்தை வெற்றிடமாக வைத்திருக்க விருப்பம் கொள்கிறார் கவி. ஆகவேதான், 'யோகங் கொண்டே கடத்துவாய் தினமே' எனப்பாடுகிறார். இங்கு கற்பது பெரிதில்லை. தவறானவற்றை கற்று வைத்திருக்கிறோம். அவற்றை unlearn செய்வது அவசியம். அறிந்ததினின்றும் விடுதலையடைதலின் அவசியத்தைத் தொடர்ந்து வலியுறுத்துகிறார் கவிஞர். இதற்கு உதவும் கலை யோகம்.

இத்தகு தமிழ் தொன்மங்களிலிருந்து, சித்தர்களின் மொழி வழியாக, நவீன திறப்பை உருவாக்குக்கிறார் தாமரை பாரதி. இப்போது சித்தர் மரபிலிருந்து கவிதையைச் சிந்திக்க வேண்டிய தேவை எங்கிருந்து வந்தது? வலதுசாரி அரசியல் தமிழரின் ஆன்மீக சிந்தனையை, மறுபடியும் மறுபடியும் சனாதன அடையாளத்தோடு இணைக்கப் பார்க்கிறது. அப்படி அடையாளமின்றி கரைந்துபோகும் அளவுக்கு பலவீனமானது அல்ல தமிழ் ஆன்மீக சிந்தனை மரபு.

தமிழில் பக்தி இலக்கிய மரபுக்கு இணையான இன்னொரு போக்கு சித்தர்கள் இலக்கியம். பக்தி இலக்கியங்கள் கடவுளைச் சிந்தித்தவை எனில், சித்தர்கள் இலக்கியம் மனிதர்களைச் சிந்தித்தவை. பக்தி இலக்கியங்கள் கிபி ஏழு முதல் ஒன்பதாம் நூற்றாண்டுவரை செயற்பட்டவை. இவை பௌத்தம், சமணம், ஆகிய இரண்டு சமயங்களுக்கும் எதிராகவும் இயங்கியவை. அதேவேளை பக்தி இலக்கியம் சைவத்தை, வைணவத்தை ஆதரித்தவை.

பத்தாம் நூற்றாண்டுக்குப் பிறகுதான் தமிழ்நாட்டில் சனாதனம் தழைத்தோங்கத் தொடங்கியது. மதம் அரச அதிகாரத்தோடு இணைக்கப்பட்டது. ஆலயங்கள் நிறுவனமயமாகின. ஆலயங்களில் அர்ச்சகர்களின் ஆதிக்கம் மேலோங்கியது. அவர்கள் மன்னர்களை வழி நடத்துபவர்களாகத் திகழ்ந்தார்கள். வைதீக தாக்கத்தால் தமிழ் சமூகம் வருணங்களாகப் பிளவுற்றது. கீழ்வருணத்தில் அடையாளம் காணப்பட்ட உழைக்கும் மக்கள் சொல்லொணாத் துயருக்கு ஆளாயினர்.

உழைக்கும் மக்களின் நிலங்களைப் பிடுங்கி இறையிலியாக வழங்கிய அவலம் நடந்தேறியது. இச்சூழலில் தமிழ்நாட்டில் கிறித்துவமும் இசுலாமும் பரவலாயிற்று.

இம்மதங்களால் வைதீக மதத்துக்கு ஆபத்து நேரும் என சனாதனிகள் எண்ணினர்.

இந்நிலையில் தமிழ் ஆன்மீகத் தளத்தில் எழுந்த மாற்றம்தான் சித்தர்களின் இயக்கம்.

இந்திய ஆன்மீக மரபு என எவையெவற்றை நம்புகிறோமோ! அவற்றுக்கெல்லாம் எதிராக இயங்கியவர்கள் சித்தர்கள்.

சித்தம் என்றால் அறிவு. அறிவில் தெளிந்தவர்கள். நிறுவனமயப்படாத மெய்ஞான சிந்தனை பள்ளியாக தமிழ் சித்தர் மரபு திகழ்கிறது. உலகெங்கும் இத்தகைய சிந்தனை

பள்ளி இயங்கிவந்திருக்கிறது. இந்திய ஞான மரபு என்பது பெரும்பாலும் சமயம் (religion) சார்ந்தது. சித்தர் அறிவு மரபோ முற்றிலும் சமயம் சாராத mystic தன்மை படைத்தது. மதசிந்தனை முடிவடைகிற இடத்திலிருந்து தோன்றுவது சித்தர் அறிவு மரபு. ஆவித் தொடர்புகள், குறிசொல்லுதல், மருத்துவம், ஆன்மவாதம் போன்ற துறைகளில் இவர்களுக்கு தேர்ச்சி இருந்தது. பண்டைய ஏகிப்து, சீனா, அமெரிக்கப் பழங்குடிகள், கிரேக்கர்கள், அரபிகள் இடையேயும் இத்தகு மரபு செயல்பட்டிருக்கிறது.

பொதுவாக தமிழர்களிடத்து சமய அடிப்படைவாதத் தன்மை செயல்பட்டதில்லை. பத்தாம் நூற்றாண்டுக்குப் பிறகு இங்கு சனாதனம் தழைத்தோங்கியே காலகட்டத்தில் அதனை எதிர்த்துக் குரல் கொடுக்கும் சித்தர்கள் செயல்பாடும் இங்கு வளரத்தொடங்கியது. ஆனால் சனாதனம் போல ஒரு அமைப்பாக தம்மை நிறுவிக்கொள்ள சித்தர்கள் விரும்பவில்லை. அவர்கள் குழுக்களாக இயங்கியதும் இல்லை. அர்த்தமற்ற சாதி, சமயச் சடங்குகளை எதிர்க்கிற சுயேச்சையான போக்குடையவர்களாகச் சித்தர்கள் செயல்பட்டிருக்கிறார்கள்.

சித்தர்கள் பல பொருண்மையுடையவர்களாகத் திகழ்ந்திருக் கிறார்கள். அரசமரபில் தோன்றியவர்களிலும் சித்தர்கள் இருந்திருக்கிறார்கள். ஆண்டிகளிலும் இருந்திருக்கிறார்கள். பண்டாரங்கள், பண்டிதர்கள், சந்நியாசிகள் என அழைக் கப்பட்டோர்களிடத்தும் சித்தர்கள் வெளிப்பட்டார்கள். சித்தர்களில் புலவர்களும் கவிஞர்களும் உண்டு. ஞானபோதகம் என ஒரு சுவடி நூல். (தமிழில் இப்படி நிறைய சுவடி அளவில் நிறைய நூல்கள் உள்ளன. இதன் பட்டியலே ஒரு நூலாக இருக்கிறது).

சித்தர்கள் மறை மொழியில் இயங்குபவர்கள். ஞானபோதகம் அதை இரக்கற்ற மொழி என்கிறது. தாமரை பாரதியின் மொழியும் கார்த்திகைச் சித்தரின் மொழியாக மாறும்போது இரக்கமற்ற மொழியாக இருக்கிறது. உதாரணமாக இத்தொகுப்பின் தலைப்பு தெறு கலம்.

தெறு கலம் என்றால் சுட்ட உடல் என்று பொருள்.

'கால்நகக் கணுவிலேறிய அழுக்கு நாறும்
வேல்விழி இமைகளிலேறு ஊளை நாறும்
தோல்வழி வெளியேறும் வியர்வை நாறும்'

எனப்பாடுகிறார். நிச்சயம் இது இரக்கமற்ற மொழிதான்.

'கடந்த நொடி திரும்பி வரா
நடந்த பாத சுவடு திரும்பிப் போகா
உடைந்த ஓடு மீண்டும் பானையா'

எனப்பாடும் தாமரை பாரதி ,

'கறந்தபால் முலைப்புகா
கடைந்த வெண்ணை மோர்புகா
உடைந்த போன சங்கின் ஓசை
உயிர்களும் உடற்புகா'

எனப் பாடிய சிவவாக்கியராக
நம் கண்ணுக்குத் தெரிகிறார்.

வாழும் காலத்தில் நாம் பெற்றிருக்கிற நவயுக சித்தர் இவர். தண்ணீரில் விளக்கேற்றியதாகக் கூறுகிறார்கள். கண்டிலோம். சொல்லுக்குள் சுடரேற்றுகிறார் தாமரை பாரதி. அந்த ஒளி சனாதன இருள் அழிக்கிற ஒளி.

கஞ்ஞம், அம்பல், அலர், கான், நேமம், தாமம், மழு, பங்கயம், முளரி, இப்படி தமிழ்த் தாயின் தொப்பூழ் கொடி ஈரம் காயாத தமிழள்ளித் தரும் இவரை 'நிறைமொழியறிஞர்' என நெஞ்சு நிறைய அழைத்து மகிழ்கிறேன்.

சித்தர்களின் எண்ணிக்கையில் இங்கு முரண்பாடுகள் காணப்படுகின்றன. சித்தர் பாடல்கள் திரட்டு ஒவ்வொரு பதிப்பிலும், சித்தர்களின் எண்ணிக்கையில், பாடல்களின் எண்ணிக்கையில், மாறுபாடுகள் காணப்படுகின்றன.

அரு.ராமநாதன் பதிப்பித்த நூலில் 32 சித்தர்களின் பாடல்கள் இடம் பெற்றுள்ளன. த.கோவேந்தன் பதிப்பில் 27 சித்தர்கள் காணப்படுகின்றனர். சி.எஸ்.முருகேசன் பதிப்பில் 19 சித்தர்களும் இடம்பெற்றுள்ளனர்.

21 ஆம் நூற்றாண்டு உலகுக்கு அடையாளம் காட்டியிருக்கிற சித்தர் தாமரை பாரதி (கார்த்திகைச் சித்தர்).

சித்தர்கள் எழுதிய மூலச்சுவடிகள் சனாதனிகளால் எரிக்கப்பட்டிருக்கலாம் என்கிறது செக் தேசத்தைச் சேர்ந்த தமிழறிஞர் கமில் சுவலபிள் *(Kamil V. Zvelebil)* எழுதிய *The Poets of the Powers* எனும் நூல். தாமரை பாரதியின் தெறு கலத்தை தமிழர் நாம் பாதுகாப்போம்.

கரிகாலன்

16.08.2024

பிரபஞ்ச வாழ்த்து

குவலயம் முழுமைக்கும் உற்ற பெரும்பொருளே
கவலைகள் எல்லாம் சடுதியில் தண்ணீர்த்
திவலைகள்போல் கலைந்தே மறைந்துபோக
சவலைகள் எம்மை எப்போதுங் காப்பாயாக!
ௐ

1

தனிமை தாண்டி பெருங் கூட்டமதில்
இனிமை காண விழையும் பேதைகாள்
கனிமை சிதறும் பிண்டமிது - நீவிர்
நனிமை விழியாரை நாடி அழியாதீர்!

2

விருப்பின் மீஉயர் உச்சம் வெறுப்பே
வெறுப்பின் மீஉயர் மிச்சம் விருப்பே
உறுபசி நேரத்தில் உடலின்பம் நகுமோ
அறுபடு உறவில் ஆனந்தம் ஆனந்தமே!
౾

3

அகமிரண்டு இணைந்து பின்னிய வாழ்வு
இகமிதில் அணைந்தழியும் அற்ப வாழ்வு
அகலாது அணுகாத கஞ்சும் இலைத்துளி
பகலவனால் மறையுமன்ன மறையும் வாழ்வு!
※

4

மோகங் கொள்ளாதிரு மனமே சஞ்சல
போகங் கொள்ளாதிரு அனுதினமே கருங்
காகங் கொள் உணவே உன்னுயிரென
யோகங் கொண்டே கடத்துவாய் தினமே!
௷

5

மண்ணுண்ணும் நுண்ணுயிர் பூ மேதினியில்
கண்ணுள் எழும்மலஞ் சோற்றுச் சிந்தையால்
தண்மனத்துள் இருமருங்கு மூசல் தானாடி
விண்ணுள் புகுமாயம் அறிந்தேனே அறிவனே!
ல்

6.

தொட்டால் விடுதலில்லை விட்டால் தொடுதலில்லை
விட்டால் விட்டதுதான் விடுபட்டுப் பட்டால்
பட்டதுதான் பாடென்றறி பாழும்மனமே - குடி
கெட்டால் கெட்டதுதான் மீளும் வழியொன்றிலையே!
ॐ

7.

பழகிய பாதங்களுக்குக் கல்முள்பாதை சிரமமன்று
அழகிய மலர்களுக்கு அழுகிவாடுதல் சிரமமன்று
செழுமை செம்மை சீர்வருமே - ஒன்பது
ஒழுகும்வாய் அடக்கும் சித்தம் தெளிந்ததுமே!

8.

துன்பத்தி நின்றுவிடு தலையென்று நிதம்
இன்பத்திட மேகிளரும் அற்ப மானிடா
இன்பத்தி னாலன்றி துன்பமில் லையடா
இன்பத்தி லிருந்து வெளியேறு வீடுபேறடா!
༃

9.

பல்லிடைப் பிசிறாய் உறுத்தும் புலால்காமம்
சொல்லிடை வரும் நச்சுச் சொல்கோபம்
அல்லிடைப் புகும் அரவக்குரோதம் இம்மூன்றும்
புல்லிடைப் பனியாய் மறைந் தோடட்டும்!
ॐ

10

தொட்டதும் பட்டென உடையுங்குமிழ் கை
பட்டதும் கலங்குநீர் வட்டக்குளம் உயிர்
விட்டதும் சில்லிடும் ஊனுடல் மனம்
கெட்டதும் மாயை மாயை மகாமாயையே!
ஓ

11

அன்பும் அக்கறையும் அளவதிகமாகி அவை
துன்பமும் தொல்லையுமாகித் தான் தருதலால்
என்பும் உள்ளுறுப்பும் உள்ளிருந்தே குணமாகுமாம்
பின்பும் பிறப்பும் இறப்பும் இல்லையே!
ஒ

12.

எப்பையில் எதைநிரப்பவென எக்காலமு மோடுகிறீர்
அப்பையும் அம்மையுமப்பனும் அளித்தது காண்பீர்
குப்பையில் அழுகலுண்ணி சிதைக்கு மைம்புல
இப்பையில் முழுமைபெற்று மூதூர்ச்செல்ல மீதமேதுமிலையே!
௸

14.

மயிர்அடர் மார்பில் தலைசாய்ச் செந்நெல்
பயிர்போல் சாய்ந்துமுகம் நோக்கவிழை பேதைகாள்!
தயிர்கடைய விலகியோடும் வெண்ணெயாய் உடல்விட்டு
உயிர்போயின் எங்கெதை எங்ஙனம் நோக்குவீர்?
৯

15.

என்னை யெனக்குத் தெரியுமென்பானும் முழுதும்
தன்னைத் தெரியாது தானே முற்றுமென்பானும்
கண்ணை மூடியே விண்ணை இருளென்பானும்
மண்ணைத் தேடியேமன்பதை என்பதை அறியானே!
ॐ

16.

யாமத் தாழிரவில் முகைவிரி நொச்சித்
தாமம் தொடுத்த மென்கை மெல்லியள்
தேமம் படும்முன் கயம்பன்ன நெஞ்சத்துக்
காமம் விலக்கிக் காதம்போதல் பேறடா!
ஓ

17.

பேதமற்ற நல்லன்பில் நாளும் திளைத்துப்பெருஞ்
சேதமில்லா வாழ்வைக் காதம்கடத்தும் மாந்தரே
வாதமுற்றும் வந்தபோது செல்வதெங்கு சேர்வதெங்கு
போதமுற்ற காலஞ்சொல்லும் மெய்யிது பொய்யென்றே!
৯

18.

செங்குருதிச் சுழன்றோடும் உடலிது தீவினை
வெங்கதிர்ப் பரிதியால் எரிந்தடங்கும் செம்
பங்கயமென உதிரும் பாவபுண்ணிய சேற்றில்
சங்காயமெனவே முளைக்கும் இரு வினையே!
ஃ

19.

ஓங்கலும் ஒடுங்கலும் வந்துபோகும் தேகம்
தாங்கலும் தள்ளாடலும் வந்தாடு முதரம்
வாங்கலும் வழங்கலும் சதிராடுசீரம் முடிவில்
மாங்கிசமும் மழுங்கலுமாய்ப் போய்ச் சேருமே!
ல

20.

நாயும் நரியும் குதறியுண்ணும் ஊனுடலம்
மாயும் மனிதர்க்கு உண்டென அறிந்தேனே
தேயும் என்பும் திரள்சதையழுகலும் ஒருநாள்
மேயும் புழுக்கள் உறிஞ்சுமென அறிந்தேனே!
๛

21.

பேசும்வாய் நாறும் மூக்கின் வழிசேரும்
வீசும்மூச்சு நாறும் உறங்கியெழு விழிநாறும்
ஊசும்பிண்டத்து ஊன்நாறும் கான்செல்லும்
தேசுஇலாத் தேகத்தைத் தேடி யழிந்தேனே!
ஆ

22.

புழுவும் பூஞ்சையும் போகித்தழிக்கும் வாயு
வழுவும் பெரும்பாண்டமதில் குருதி உறைய
கழுகும் காகமும் கொத்தித்திண்ண - பிறவி
மழுவும் கடக்காது பித்தனாய்ப் பேதலித்தேனே!
ௐ

23.

எண்ணற்ற செல்வம் தேவைமிகுதி தெரியாது
கண்ணற்ற குரூபியன்ன கணக்கி லடங்காது
விண்ணற்று வீழும்மீனாய் வருவது மறியாது
பண்ணற் றழியும் பாழுடம்பைப் பற்றிலேனே!

24.

ஆழ்மயக்க போதைப் பொருள் வேண்டாதே
காழ்அடுக்கில் கட்டை வேகுநிலை தேடாதே
சூழ்ந்து கொல்சுந்தரி சிரிப்பை வேண்டாதே
ஊழ்வந்து தொடரு மிருவினை மறவாதே!
☙

25.

பொலிவுற்ற வடிவழகு மதிமயக்கு மடமாதரும்
நலிவுற்றவாழ் வுறுபசிமயக்கு நல்லிரக்கம் இரந்தாரும்
வலியுற்ற உம்விழிநீர் பாராது - பூசைப்
பலியென உனையே கேட்பாரே நாளும்பொழுதும்.

26.

பொய்நானே என்னிதயமும் பொய்தானே மலர்க்
கொய்வளைக் கரமும் பொய்தானே மாந்தர்
மெய்மேல் வைத்த பற்றும் பாசமும்
பொய்தானே வீழ்ந்தழியும் வாழ்வும் பொய்தானே!
๙

27.

இந்நொடி இருந்தோர் இயல்பகை வாழ்வில்
அந்நொடி இல்லையே தொல்லை வாழ்வில்
எந்நொடி எதுகொடுக்கும் என்ப தறிந்தே
செந்நொடி இதுவெனச் சிந்தை கொண்டனே!
ஃ

28.

ஈவாரென்றே இரந்து நிற்கும் அற்பர்
தீவாரென்றே விட்டோடுவர் துயரில் நித்தம்
காவாதார் காமுறுதல் நஞ்சென்றே நாளும்
போவாரே நல்கை நவின்றே ஞாலம்.
ல

29.

தோதாக உறவுறுவர் காரியம் நிறைவேறவே
வாதாக வழக்கிடுவர் வாழ்பகை வளரவே
போதாத பொல்லாங்கைச் செய்வர் எல்லாம்
தாதாக ஆவிசுருங்கி சேர்வ ரிடுசுடுகாடே!
๛

30.

விடைத்த நாசித்துளைகள் வீசுவளி நீங்கில்
அடைத்த காற்று அண்டவெளி அடங்கில்
புடைத்த பெருங்குறிகள் பிண்டவெளி சுருங்கில்
உடைத்த பானைஓடே உடலம் என்பனே!

31.

யாருயி ரெப்போது பிரியுமெனத் தெரியாது
ஆருயிரே யென்று ஆரத்தழுவி யணைக்கும்
வேருயிரு மெப்போது பிரியுமென அறியாது
பேருயி ரிரிதென்று பேதையாய் அலைந்தனே!
௯

32.

புணர்வில் பூத்தமலர் புழுஊறும் ஊத்தைமலர்
உணர்வில் ஈரம்போயின் வாடிய செத்தைமலர்
புணர்வில் கபவாதமும் பித்தமும் நீங்கில்
உணர்வில் ஒன்றும் இல்லை இல்லையே!
ல்

33.

அண்டத்தில் எவனும் உயர்ந்தோன் தாழ்ந்தோனில்லை
கண்டத்தில் கபடங் கயமைகொண்டோன் வாழ்ந்தானில்லை
பிண்டத்தின் பெருமைபேசி பிதற்றும் பித்தனே
முண்டத்தில் பொருந்தாதே முடிந்த சிரசு!
ஒ

34.

தேனுண்டு திளைத்துத் திரிந்த பிறவி
ஊனுண்டு உருண்டு திரண்ட பிறவி
வானுண்டு வசியத்தால் வளர்ந்த பிறவி
காணுண்டு கரைய கடையில் காத்திருக்குமே!
ॐ

35.

செல்லாத உடலிதைச் செதுக்கும் சீடர்காள்
பொல்லாத காலன்வர கருகும் உடலிதுவே
நில்லாத காலமாய் நித்தம்ஓடும் மூடர்காள்
இல்லாததை எண்ணியே இருப்பது எங்ஙனே?
ॐ

36.

பேதமுற் றாரோடே மோதல்வீண் பிடி
வாதமுற் றாரோடே சொல்லாடுதல் வீண்
போதமற் றாரோடே இணங்குதல் வீண்பல
காதமுற்ற தென்றே கடுஞ்செலவு காண்.
৵

37.

யாமகால நாசவினை நாகவிடம் போலே
சோமரசந் தேகஞ்சேர சோர்வந் தெய்துமே
நேமம்வினை வந்தே நித்தம் காத்திருக்குமே
காமம்வரின் எண்குணமும் காற்றில் பறக்கவே!
~

38.

தேக்குமர தோளுடையோர் தெவிட்டா தநல்
வாக்குச் சொல்லுடையோர் வற்றாத துயரைப்
போக்கும் விரிந்த மார்புடையோர் மெய்யுறவு
சாக்குழிச் செல்லும் யமனென்ற றிந்திலனே!

39.

ஆட்டம் அடங்கிய அமரர் வாழும்மனை
ஓட்டம் ஒடுங்கிய ஓட்டையுடை பானை
நாட்டம் நசுங்கிய நல்லோர் சூழும்மனை
கோட்டம் தடுக்கியே கொல்லும் இருவினை.
ஒ

40.

தேகமும் மாயை தேகமெழும் காம
மோகமும் மாயை மோகமெழும் சாப
ரோகமும் மாயை ரோகமெழும் பாவநீங்க
யோகம் ஒன்றே இயல்பென அறிந்தனே!

41.

சொட்டுங் குருதி சடுதியிலுறைந்தே போம்
கொட்டுங் கொடுக்கு விடங்கரைந்தே போம்
தொட்டுங் கலையுந் துன்பமறைந்தே போம்
மொட்டும் முகிழுமுடல் மலரலர் செம்மலே!
௯

42.

பேச்சடக்கிப் பித்தம் தெளிய மறுப்பீர்
மூச்சடக்கி முற்றும் காண மறுப்பீர்சொல்
வீச்சடக்கி வீடுபேறு காணமறுப்பீர் அழியும்
ஏச்சடக்கும் உபாயம் அறிகிலீர் அன்பரே.
௯

43.

முளரிமொட் டென்றே விழியை வரைவார்
வளர்பிறை யென்றே நுதலை வரைவார்
தளர்வுறு காயமதைத் தாங்கிடினும்- சிற்றுயிர்
களர்நிலம் விரையுமே கடைசியில் காண்.
౭

44.

ஊழ்பெரு வாய்தனில் ஊறிக் கிடந்தேன்
தாழ்பெரு பால்மடியினில் நாறிக் கிடந்தேன்
பாழ்மயக்கு விழியினில் மயங்கிக் கிடந்தேன்
வாழ்வொரு அழியும் மாழையென அறிந்தனே!

45

கடந்த நொடி திரும்பி வாரா
நடந்தபாத சுவடு திரும்பிப் போகா
உடைந்த ஓடு மீண்டும் பானையாகா
கடைந்த மோர் மீண்டும் தயிராகா.
ௐ

46.

இல்லை இதுபோ லின்பமென் றாடும்
எல்லை கடந்தே இன்பம் காணும்
பல்லை யிளித்தே பசப்பிக் கெடுக்கும்
சொல்லை நம்பி தொல்லை வீழ்ந்தனே!
৯

47.

எடுத்த பிறவி முடிவடையும் பாதை
அடுத்த பிறவி முதலறியாக் காடு
தொடுத்த பாவம் பழியறியும் பயணம்
படுத்துங் காமம் பாழியெனும் வினையே!
౸

48.

பாம்பைந்து சுற்றிய பதமான காயம்
காம்பணைந்த பின்னே போகும் மாயம்
தேம்பியழுத கண்கள் மூடும் காலம்
சூம்பியணைய வாழ்வைச் சூழும் ஊழே!

49.

முடமாகு மெனத் தெரியாதே பெரும்
படமெடுத் தாடிபல பாவம் புரிந்தனே
குடமெடுத் தாடிபல பழியுஞ் செய்தனே
விடமெடுத் தாடியே வீண்பழி சேர்த்தனே.!

50

கால்நகக் கணுவிலேறிய அழுக்கு நாறும்
வேல்விழி இமைகளிலேறு ஊளை நாறும்
தோல்வழி வெளியேறு வியர்வை நாறும்
கோல் கொண்டாடும் கொழும்பாம்பே அறி!.
௸

51

இருப்பதெ ன்பதை இல்லை யென்றேன்
விருப்பமெ ன்பதை விடுத்து நடந்தேன்
திருப்பம் நேர்ந்து திரும்பிச் சென்றேன்
கருப்பம் தரிக்கா கருந் துளைக்கே!
௯

52.

தானாக உதிரும் மலர் இக்காயம்
ஊனாக வளர்த்தே வந்தேன் நாளும்
தேனாகப் பேசி மயக்கியோர் கண்டு
வீணாக வளர்த்தேன் ஆசை தனையே!
౸

53

தூற்றுங்கால் துவளாது பொய்பல பேசி
போற்றுங்கால் துள்ளாது மெய் யுணர
மாற்றுங்கால் மயங்காத கெட்ட மனமே
சாற்றுங்கால் சடுதியில் உளந் தடுமாறாதே!
ஓ

54

ஓட்டைப் பிரித்தே உள்ளிறங்கும் ஆசை
கூட்டைப் பிளந்தே ஊடுருவும் ஆசை
காட்டைத் திறந்தே கலந்தாடும் புலனடக்கப்
பூட்டைத் திறந்தால் போகுமே யாவுமே!.
ॐ

55

அறுகுதிரை ஆடிஓடும் அற்ப ஓடம்
சிறுஇன்பம் தேடியாடும் குற்ற குடம்
மறுபிறப்பை நாடியாடும் தீய வேடம்
தெறுகலம் ஆனபின் உறவெலாம் தீண்டுமோ?
๛

அருஞ்சொற் பொருள்

கஞ்ஞம் – தாமரை

அம்பல் - சிலர் அறிவது

அலர் - பலர் அறிவது

மேதினி – உலகம்

மன்பதை - மனித இனம்

முகை - மொட்டு

தாமம் - மாலை

தேமம் - ஈரம்

பங்கயம் – தாமரை

சங்காயம் - சருகு, செத்தை

தேசு - அழகு

கான் – காடு

செலவு - பயணம்

நேமம் - ஊழ்

முளரி - தாமரை

மாழை - இளமை, அழகு

சாற்றுங்கால் - சொல்லிமிடத்து

அறுகுதிரை - மெய், வாய், கண், மூக்கு, செவி, மனம்

அற்ப ஓடம், குற்ற குடம், தீய வேடம் - மனித உடல்

தேன் – மது

வான் - அமுதம்

மழு – கடல்

மாங்கிசம் - ஊன்

ஏச்சு - பழிப்புரை

கயம் - சமவெளி நீர்

காழ் - விறகு

தெறுகலம் - சுட்ட உடல்